Hơn cả
ăn ngon

BIỂU GHI BIÊN MỤC TRƯỚC XUẤT BẢN DO THƯ VIỆN KHTH TP.HCM THỰC HIỆN
General Sciences Library Cataloging-in-Publication Data

Phan Sắc Cẩm Ly
    Hơn cả ăn ngon / Phan Sắc Cẩm Ly ; Tên nhiếp ảnh : Moon Photography. - T.P. Hồ
Chí Minh : Trẻ, 2015.
    120 tr. : minh họa ; 23 cm. - (Gia đình thế hệ mới).
    1. Nấu ăn Bento. 2. Nấu ăn Nhật Bản. 3. Nấu ăn Việt Nam. 4. Làm hộp cơm trưa. I. Ts.
    1. Bento cooking. 2. Cooking, Japanese. 3. Cooking, Vietnamese. 4. Lunchbox cooking.

641.59597 -- ddc 23   **ISBN** 978-604-1-07899-4
P535-L98   Hơn cả ăn ngon 16

8 934974 137573

Gia đình THẾ HỆ MỚI

Hơn cả ăn ngon

Phan Sắc Cẩm Ly

NHÀ XUẤT BẢN TRẺ

Xin được cám ơn gia đình đã ở bên cạnh
động viên và tiếp sức cho tôi hoàn thành cuốn sách
với niềm vui sáng tạo, hạnh phúc trong mỗi tác phẩm.
Cám ơn Moon Photography đã tạo ra những bức ảnh đẹp,
giúp tôi truyền tải được tình cảm của mình
cũng như thông điệp của từng tác phẩm nhỏ bé.
Cám ơn Biên tập viên Song Khê và các Anh Chị
tại Nhà xuất bản Trẻ đã thực hiện
cuốn sách thật chuyên nghiệp.

Cám ơn các bạn độc giả thân thiết
tại *www.yeubento.vn* đã thường xuyên đưa ra
những câu hỏi, những góp ý chân thành để tôi có thể
đúc kết được tất cả những kinh nghiệm
đưa vào sách.

Phan Sắc Cẩm Ly

Lời mở

Dành tình cảm đặc biệt cho Bento, say mê sáng tạo, viết bài hướng dẫn thực hiện Bento trên các tạp chí, tham gia các ti vi show, mở lớp dạy làm Bento..., tại thời điểm này, có thể nói Phan Sắc Cẩm Ly là nghệ nhân nhiệt tình nhất đưa nghệ thuật Bento của Nhật Bản đến gần người Việt.

Thấy các bà mẹ trẻ đang lúng túng và lo lắng cho những đứa con biếng ăn, Phan Sắc Cẩm Ly bắt đầu chia sẻ niềm yêu thích Bento với họ. Chị đã mở lớp dạy Bento vào sáng chủ nhật hàng tuần, học viên là các bà mẹ trẻ và những bạn trẻ thích vào bếp, một số mẹ còn dắt bé đi cùng. Được tham gia với mẹ trong suốt giờ học, các bé đã thưởng thức một cách say sưa và ngon lành thành phẩm của mình trong sự ngạc nhiên của mẹ. Ánh mắt rạng rỡ của các bé khi nhìn thấy những hộp Bento xinh xắn đã khiến cho chị thêm yêu nghệ thuật Bento và càng đam mê sáng tạo.

Và còn gì hạnh phúc hơn khi bữa điểm tâm thật vui với chiếc bánh sandwich được "hô biến" thành khinh khí cầu, cả nhà được khởi đầu ngày mới quá hào hứng. Hay bánh hamburger là món yêu thích của nhiều trẻ nhỏ, hầu hết các tiệm fastfood đều có bán, nhưng sẽ không tìm ra nơi nào có món hamburger đẹp và trông ngon lành như chiếc bánh mẹ làm cho con: hamburger cún xinh. Và thử tưởng tượng mà xem, một ngày đi dã ngoại cùng các bạn, con yêu được mẹ chuẩn bị cho một hộp cơm thật đặc biệt, không chỉ cân bằng dinh dưỡng mà còn có một hình thức độc đáo. Khi con mở hộp cơm ra, hẳn các bạn sẽ xúm lại trầm trồ và cùng ồ lên: Minions!

Những ngày lễ kỉ niệm sẽ trở nên ấm áp vô cùng nhờ sự chung tay sáng tạo của các thành viên trong gia đình, để rồi tất cả cùng dùng bữa và cảm nhận những điều... hơn cả ăn ngon. Hay một ngày bình thường bỗng trở nên đáng nhớ- đó là khi ở công sở, ở trường học, hộp cơm được mở ra với những niềm vui bất ngờ được người thực hiện gói ghém trong đó: cây xúc xích nở hoa, cuộn trứng biến thành cá chép, nắm cơm hóa thành cô bé xinh tươi trong khu vườn rực rỡ...

Hơn cả ăn ngon - cuốn sách được nghệ nhân Phan Sắc Cẩm Ly bắt tay thực hiện cùng Nhà xuất bản Trẻ với các bước hướng dẫn rõ ràng, dễ hiểu và hình ảnh chân thật. Sách đem đến cho bạn đọc những mẫu Bento ngon miệng đẹp mắt mà nhiều ý nghĩa. Bữa ăn gia đình bạn sẽ vừa cân bằng dinh dưỡng vừa tinh tế trong cả 3 chiều:

- Là sự sáng tạo và tình cảm của người làm.
- Là phần quà ý nghĩa mà người nhận có được.
- Là mối dây gắn kết yêu thương giữa những người luôn muốn dành cho nhau điều tuyệt vời nhất.

Nhà xuất bản Trẻ

Phần một

Làm quen với Bento

Bento là gì?

Từ truyền thống ẩm thực của Nhật Bản

Bento là một hình thức cơm hộp của Nhật Bản, có nguồn gốc từ thói quen sử dụng cơm rang đựng trong một chiếc hộp nhỏ của người Nhật Bản bắt đầu từ khoảng thế kỷ 13. Sau đó vào khoảng thế kỷ 17-18, Bento được người Nhật sử dụng nhiều và trở thành thói quen cho đến ngày nay. Trải qua nhiều năm tháng, Bento có nhiều biến thể, luôn thể hiện sự tinh túy trong ẩm thực của Nhật Bản.

Hộp cơm nhiều ngăn thì nước nào cũng có, riêng Bento không chỉ chứa đựng thức ăn ngon mà còn phải cân bằng dinh dưỡng và trình bày cầu kỳ, đẹp mắt- một hộp Bento điển hình thường có một ngăn đựng cơm nắm, các ngăn còn lại là những món ăn phụ. Mở nắp hộp Bento, bạn sẽ thấy ẩn chứa trong đó sự công phu, khéo léo của người thực hiện, các món ăn được sắp xếp sáng tạo về hình thức, hài hòa về màu sắc và phong phú về hương vị cùng cách chế biến đạt chất lượng. Bento thể hiện sự tinh tế của người tạo ra (như nghệ nhân chứ không chỉ là người nội trợ) và mang đến niềm vui cho người thưởng thức (chứ không chỉ đơn thuần là ăn).

Bento đến Việt Nam

Khi truyện tranh Nhật Bản được giới trẻ mê đọc và Bento xuất hiện trong bữa ăn của các nhân vật, nhiều bạn trẻ hiếu kỳ đã tìm hiểu về hộp cơm đặc biệt này. Quá dễ để biết vì hình ảnh và clip về Bento của người Nhật không hiếm trên mạng. Nhưng Bento chỉ thực sự được nhiều người Việt Nam chú ý khi các nhà hàng, siêu thị bán món ăn Nhật nở rộ ở Hà Nội và thành phố Hồ Chí Minh, ẩm thực Nhật Bản được người Việt thưởng thức và học cách làm theo. Rồi các tạp chí trong nước đăng bài viết về Bento trong trang mục ẩm thực, các kênh truyền hình phát chương trình hướng dẫn làm Bento (với sự tham gia của Phan Sắc Cẩm Ly- tác giả cuốn sách này). Một tờ báo teen còn tổ chức cuộc thi trang trí hộp cơm (dựa theo hình thức của Bento) và một trung tâm thương mại tại thành phố Hồ Chí Minh tổ chức sự kiện cho các gia đình tham gia làm Bento... Những hoạt động này đã kéo nhiều bạn trẻ và những gia đình trẻ vào một niềm yêu thích có tên gọi Bento.

Chỉ trong một thời gian ngắn kể từ năm 2013 đến nay, Bento là từ khóa mà nhiều bà mẹ trẻ gõ tìm thông tin trên mạng, các siêu thị và cửa hàng bán đồ Nhật Bản bày bán dụng cụ làm Bento, và tác giả cuốn sách này bắt đầu mở lớp dạy làm Bento tại Quận 7 thành phố Hồ Chí Minh vào những ngày cuối tuần.

Nghệ nhân Phan Sắc Cẩm Ly hướng dẫn khán giả truyền hình làm Bento.

Bento đang ngày càng được người Việt ưa chuộng và chọn lựa như niềm đam mê và như cách để trao gửi yêu thương cho nhau qua những hộp cơm được gia công tỉ mỉ.

Một số hình thức Bento cho gia đình Việt

Bento của xứ sở hoa anh đào đang bước vào cuộc sống của thị dân Việt Nam và dĩ nhiên có những biến thể phù hợp với văn hóa ẩm thực của người Việt. Từ những món ăn hàng ngày như cơm, trứng, bánh mì, xúc xích, xôi, phở..., bạn có thể tạo nên nghệ thuật Bento sống động bằng cách xếp thức ăn thành hình các con vật dễ thương như cún, mèo, thỏ..., hình ảnh những cô bé, cậu bé tinh nghịch hoặc các nhân vật hoạt hình mà trẻ nhỏ nào cũng thích.

Biết sáng tạo và sắp đặt khéo léo, với sự hỗ trợ của các dụng cụ, ai cũng có thể tạo ra những hộp cơm Bento đẹp mắt, cân bằng dinh dưỡng và hợp khẩu vị người Việt.

Học cách làm Bento và tiếp tục sáng
tạo với Bento, bạn sẽ thấy những ngày kỉ
niệm hay dịp lễ Tết đều có ý nghĩa và động
lực cho bạn vào bếp, cho cha mẹ và các con thêm
gắn kết khi cùng làm Bento, cũng là cách luyện tập cho con bạn sự
khéo tay, ý thức duy mỹ và các đức tính như cẩn thận, linh hoạt,
kiên nhẫn, quan tâm... Thậm chí chẳng cần một dịp nào cả, vào
một ngày như mọi ngày, bạn muốn biến điều bình thường trở nên
đặc biệt, thế là làm Bento. Hoặc bạn muốn động viên, khích lệ hay
chúc mừng con mình về một việc gì, hay đơn giản là thiên thần
nhỏ của bạn biếng ăn quá, công việc khiến bạn căng thẳng quá,
một ngày bạn cảm thấy nhạt nhẽo quá hay vui mừng quá..., thì bạn
còn chần chừ gì mà không làm Bento!

SONG KHÊ

Ảnh: Moon Photography

13

Dụng cụ làm Bento

Màng bọc thực phẩm

Giúp bạn nắn cơm dễ dàng, hợp vệ sinh, giúp cơm không bị khô khi để lâu ngoài không khí.

Để thực hiện được những mẫu Bento theo hướng dẫn của cuốn sách này, bạn không cần phải mua quá nhiều dụng cụ phức tạp, chỉ cần chọn những dụng cụ hữu dụng nhất để làm Bento một cách dễ dàng và tiết kiệm thời gian.

Bộ khuôn "body cutter"

Giúp bạn tạo hình tay, chân, tai thú từ trứng, xúc xích, chả.

Các khuôn cắt với nhiều hình dạng khác nhau cắt được bánh mì, phô mai, chả, xúc xích để trang trí theo nhiều chủ đề khác nhau.

Khuôn ép trứng

Giúp quả trứng luộc của bạn biến hoá thành những con thú, chiếc xe thật xinh trong 15 phút. Ngoài ra, khuôn này có thể dùng ép cơm hay làm bánh trung thu.

Không bắt buộc nhưng nếu có thêm những xiên trang trí này thì hộp cơm của bạn sẽ càng sinh động. Ở các cửa hàng bán dụng cụ Nhật, có nhiều loại xiên cho bạn lựa chọn như hình trái tim, con thú, bánh kẹo,...

Xiên trang trí

Giúp bạn viết chữ lên bánh hay cơm Bento bằng tương cà chua, tương ớt hay chocolate.

Nếu không tìm mua được bút, bạn có thể mua túi bắt bông kem thay thế, ưu điểm của túi so với bút là xài một lần, còn bút thì cần phải rửa sạch rồi tái sử dụng. Việc rửa bên trong bút khá khó, cần có một cây rửa nhỏ xíu.

Bút viết sốt

Đây là những vật hữu dụng nhất trong bộ đồ nghề làm Bento, nếu bạn khéo tay và đã thành thạo trong việc hoàn thành một hộp Bento đẹp mắt, chỉ cần dao, kéo, nhíp và tăm, bạn cũng có thể bắt tay vào làm Bento.

Dao và kéo dùng để cắt các nguyên liệu. Nhíp dùng để gắp các chi tiết nhỏ như mắt mũi làm bằng rong biển. Tăm để vẽ các họa tiết lên phô mai, hoặc bạn chấm nước vào đầu tăm cũng có thể gắp rong biển một cách dễ dàng.

Dao, kéo, nhíp và tăm

Cắt được nhiều hình mặt cười nhanh chóng, đẹp hơn và tiết kiệm thời gian hơn so với tự cắt bằng kéo.

Máy cắt rong biển

Những nguyên liệu thường dùng làm Bento

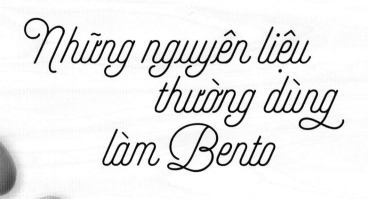

Trứng

Các loại thực phẩm tươi: trứng, thịt, cá, thủy hải sản…

Để khử mùi tanh của thủy hải sản, bạn dùng rượu trắng rửa qua rồi rửa lại bằng nước sạch.

Bột màu trộn cơm

Mì ý

Các loại thực phẩm khô và gia vị: rong biển, mì sợi, nui, bánh mì, sandwich, hamburger, bột chiên giòn, tương cà, tương ớt, dầu mè, sốt mayonnaise… (nhớ chú ý hạn sử dụng và còn nguyên bao bì khi mua).

Phô mai lát nhiều màu

Rau, củ, quả, nấm và các loại hạt

● Các loại rau,
củ, quả, hạt: Cà
chua, bông cải xanh, xà lách, cà rốt, ớt
chuông, hạt bắp, hạt mè… là những loại
rau củ giàu vitamin và màu sắc rất bắt
mắt sẽ làm hộp cơm thêm sinh động.
Đối với rau củ, bạn dùng sống hoặc
chỉ luộc qua nước sôi vài phút, sau đó
vớt ra cho vào tô nước đá ngay để giữ
nguyên màu sắc tươi đẹp và dưỡng
chất có trong rau củ.

Rong biển được sử dụng để tạo hình cho nhân
vật Bento, bạn nên mua loại gói nhỏ, dạng sấy khô ăn
liền. Loại rong biển này giòn sẽ dễ cắt bằng máy
cắt rong biển tạo hình mắt, mũi, miệng, tóc…
● Rong biển
Muốn rong biển dính chặt vào cơm, bạn
hãy chấm một ít sốt mayonnaise vào
rong biển rồi dán lên nắm cơm.

Xúc xích

Các loại thực phẩm đông lạnh: phô
mai, xúc xích, thanh cua, giò chả…
(chú ý nhiệt độ bảo quản thực
phẩm và hạn sử dụng ghi trên bao
bì). Phô mai và xúc xích phải được bảo
quản lạnh. Khi làm Bento, đến bước
dùng phô mai và xúc xích bạn hãy lấy
ra khỏi tủ lạnh nhé, vì phô mai để lâu bên ngoài dễ bị
chảy, xúc xích thì biến màu không đẹp.

Thanh cua

Cách tạo màu cho cơm

Cơm Bento chủ yếu ăn nguội, vì vậy bạn nên chọn gạo dẻo nấu cơm để khi cơm nguội ăn vẫn ngon, không bị khô.

Để cơm có được màu sắc thật bắt mắt và tạo hình như bạn mong muốn, có các cách sau đây để tạo màu cho cơm:

Dùng màu thực phẩm

Cách dễ nhất là bạn thêm một ít màu thực phẩm hòa vào nước nấu cơm.

Ưu điểm: màu nào cũng có, màu đều trên từng hạt cơm, ngoài ra ta có thể pha những màu căn bản để có những màu sắc khác đẹp hơn.

Khuyết điểm:

- Tốn thời gian khi cần một lúc nhiều màu sắc khác nhau.
- Có thể phải nấu một lượng cơm nhiều hơn lượng cơm mình cần dùng.

Và chúng ta không muốn bản thân và gia đình ngày nào cũng ăn màu thực phẩm từ những chất hóa học mặc dù các chất này đã được phép sử dụng.

Dùng bột rau củ

Hiện nay trên thị trường đã có bột rau củ được làm từ rau củ tươi sấy khô sau đó nghiền mịn thành bột, bột này có màu sắc đặc trưng của các loại rau củ, mùi vị tương tự rau củ tươi nhưng màu thì sậm hơn.

Ưu điểm: loại bột này không phải màu hóa học nên có thể sử dụng thường xuyên mà không phải lo lắng. Hiện nay chúng ta đã có:

- Bột màu vàng từ bí đỏ
- Bột màu cam từ cà rốt
- Bột màu xanh từ cải bó xôi
- Bột màu tím từ khoai lang tím
- Bột màu đen từ mè đen

Khuyết điểm: nếu không trộn đúng cách, cơm dễ bị nát và dính bết vào nhau. Cách trộn đúng là bạn hãy rắc đều bột lên mặt cơm, trộn và xới cơm nhẹ nhàng bằng cạnh muỗng, luôn dồn cơm vào giữa chén, không dùng đáy muỗng đẩy cơm về thành chén.

Dùng nước ép rau củ

Luộc chín rau củ bạn muốn sử dụng hoặc ép lấy nước cốt trái cây tươi, trộn từng chút một vào cơm đến khi cơm đều màu.

Ưu điểm: cơm sẽ có vị của rau củ, có thêm chất dinh dưỡng từ thiên nhiên.

Khuyết điểm: cơm sẽ có màu nhạt hơn và không đều màu trên từng hạt cơm như khi dùng màu thực phẩm, nếu không cẩn thận

thêm nhiều nước màu quá, bạn sẽ làm hạt cơm rời ra, không dính lại với nhau được nữa (giống như cơm chan canh).

Bạn có thể dùng nước cốt của 1 số loại rau củ sau:

- Màu hồng: củ dền hoặc thanh long ruột đỏ

- Màu xanh: cải bó xôi

- Màu cam: cà rốt

- Màu vàng: củ nghệ

Ngoài ra bạn có thể tạo màu từ các loại thực phẩm khác như:

- Màu nâu: nước tương

- Màu vàng: trộn cơm với lòng đỏ trứng gà đã luộc chín

- Màu đỏ: tương cà

- Màu cam: tương ớt

Các bước cơ bản thực hiện một hộp cơm Bento

Bước 1: Nắn cơm thành nắm

Cơm phải nắn lúc còn nóng, đừng dùng tay không mà hãy dùng màng bọc thực phẩm gói cơm lại và nắn.

Bạn có thể thêm chà bông vào giữa nắm cơm để cơm có vị đậm đà hơn. (Nếu trình bày cơm nắm với món mặn ăn kèm thì không cần làm nhân cơm).

Cần nắn đủ chặt để nắm cơm không bị vỡ ra khi di chuyển hộp cơm.

Cơm có thể nắn thành nhiều hình dạng khác nhau như hình tròn, hình tam giác hay hình vuông.

Bước 2: Tạo hình cho cơm

Chẳng hạn tạo hình bé thỏ xinh.

Bạn dùng nắm cơm trắng hình tròn làm đầu thỏ.

Cắt xúc xích lát dài làm tai thỏ.

Cố định các bộ phận với nhau bằng sợi mì Ý sống (tuyệt đối không dùng tăm để tránh gây hóc khi ăn).

Dùng máy cắt rong biển cắt hình mắt, mũi, miệng cho thỏ, sau đó dùng sốt mayonnaise như "hồ dán" để dán mắt mũi vào nắm cơm.

Bước 3: Trang trí

Thêm thức ăn nhiều màu sắc để phần Bento đẹp và sinh động hơn.

Ngoài ra, nếu muốn tạo hình người, bạn dùng kéo cắt rong biển thành tóc, mắt, mũi, miệng.

Cách cắt rong biển thành tóc và cách dán vào nắm cơm

Cắt rong biển thành mẫu tóc mà bạn mong muốn, sau đó dán vào nắm cơm ngay lúc cơm còn nóng, rong biển sẽ tự dính vào cơm. Cắt vài đường ở phía trên cùng để bọc lá rong biển vào nắm cơm vừa vặn hơn.

Cách sử dụng
khuôn ép cơm

1 bộ khuôn ép cơm thường sẽ có 3 phần: đáy, nắp và thân khuôn.

Trước khi ép cơm, bạn tráng khuôn qua nước để cơm không dính vào khuôn.

Ráp đáy vào thân khuôn, cho cơm vào khuôn và dùng nắp nén chặt cơm lại.

Sau đó tháo đáy khuôn ra trước, ấn nắp khuôn thẳng xuống xuyên qua thân khuôn, rồi nhẹ nhàng gỡ phần nắp ra, bạn sẽ có một nắm cơm đều đẹp và sắc nét.

Chỉ cần xếp thêm vài chi tiết trang trí là sẽ có nắm cơm thật sinh động.

Ứng dụng: Du lịch mùa hè

Nguyên liệu

- 1 chén xôi lá dứa (hoặc cơm màu xanh)
- 1/2 chén cơm trắng
- 1 miếng sườn ram
- Rau xà lách
- Bắp đã tách hạt
- Cà rốt
- Phô mai

Thực hiện

Dùng khuôn ép cơm trắng thành hình xe hơi, sau đó dùng khuôn tròn cắt cà rốt thành hình bánh xe.

Dùng khuôn cắt phô mai vàng thành kính xe hơi rồi xếp các chi tiết lên nắm cơm.

Cắt nhuyễn xà lách xếp lên 1/4 dĩa để làm bãi cỏ, rắc thêm vài hạt bắp làm hoa rơi. Dùng sườn ram làm thân cây, múc xôi lá dứa ra dĩa làm tán cây, rắc thêm vài hạt bắp làm hoa. Trang trí thêm 1 ông mặt trời bằng cà rốt. Dùng tăm vẽ hình đám mây lên phô mai, tách ra và đặt bên dưới mặt trời.

Đặt xe hơi lên bãi cỏ. Vậy là có một dĩa cơm với chủ đề "Du lịch mùa hè" rồi đó!

Các chi tiết trang trí Bento

Dưa hấu tí hon

Bạn có thể làm miếng dưa hấu tí hon từ dưa leo và thanh cua (chọn dưa leo giống Nhật: trái nhỏ và có vỏ màu xanh đậm)

Cắt 1 khoanh dưa leo mỏng, sau đó cắt đôi lần nữa.

Dùng tay nhẹ nhàng lột vỏ thanh cua ra, dùng khuôn tròn cắt nửa hình tròn từ vỏ thanh cua màu cam, dán lên mặt dưa leo.

Thêm vài hạt mè đen lên nền cam để làm hạt dưa.

Hoa cúc vàng

Chiên một lát trứng mỏng, sau đó tia thành hình chữ nhật.

Gấp đôi trứng lại và cắt những đường song song cách phần mép khoảng 1 cm.

Cuộn tròn trứng lại, dùng sợi mì Ý xiên ngang để cố định trứng.

Tỉa hoa cà rốt

Dùng khuôn cắt hoa, ấn mạnh vào khoanh cà rốt, tách ra được 1 bông hoa.

Để cánh hoa được rõ nét hơn, bạn dùng dao khứa những đường chữ V ngay giữa các cánh hoa.

Làm cây thông từ đậu que

Dùng que xiên 6 que đậu lại với nhau, dùng dao cắt xéo 2 bên.

Thêm 1 ngôi sao bằng cà rốt trên đỉnh nhé. Luộc sơ rồi trang trí vào hộp cơm.

Xúc xích nở hoa

Dùng khuôn trái tim hoặc khuôn hình bông hoa, hình ngôi sao ấn vào giữa đoạn xúc xích

Dùng dao khứa sâu quanh đường viền, đem xúc xích đi luộc, xúc xích sẽ nở ra như bông hoa rất đẹp.

Cách tận dụng thức ăn thừa sau khi làm Bento

Ví dụ sau khi cắt tay chân thú từ 1 lát xúc xích, hay dùng khuôn cắt rau củ tạo hình hoa từ 1 lát cà rốt to, bạn sẽ dư ra một lượng khá khá thức ăn đủ hình dáng, không biết để vào đâu cho hợp lý, bỏ đi thì rất phí, ăn vụng luôn ngay lúc đó là giải pháp nhanh nhất!

Tuy nhiên, bạn có thể cắt hạt lựu tất cả phần thức ăn thừa đó, để vào hộp nhỏ trữ đông. Khi nào trữ được 1 lượng thức ăn vừa đủ cho 1 phần cơm chiên thì đem ra tái sử dụng nhé!

Gợi ý cho bạn 2 cách trang trí cơm chiên đẹp mắt sau.

Muôn hoa khoe sắc

Xúc đầy cơm chiên vào hộp

Dùng khuôn cắt hình hoa cắt vài bông hoa từ phô mai vàng, thêm nhuy hoa tròn từ phô mai trắng, nhẹ nhàng đặt lên phần cơm chiên.

Hai chú ốc sên trong vườn

Dùng tăm vẽ 2 hình giọt nước lên phô mai rồi nhẹ nhàng đặt lên phần cơm chiên. Tôm luộc chín, lột vỏ, ráp vào phần đầu ốc sên. Cắt mắt mũi cho ốc từ rong biển, thêm 2 chấm tương cà để làm má hồng. Dùng 2 hạt đậu hoặc cắt 2 khoanh tròn từ dưa leo để làm vân xoáy trên vỏ ốc. Thêm thức ăn bạn yêu thích và trang trí hộp cơm cho sinh động nhé!

Bí quyết làm Bento

- Nguyên tắc sắp xếp để có một hộp cơm Bento là 3:2:1 (Trong đó có 3 phần tinh bột; 2 phần rau củ và trái cây; 1 phần chất đạm).

- Hãy chuẩn bị tất cả các món ăn mặn trước khi bắt tay vào tạo hình cho cơm.

- Cơm sau khi đã nắn thành hình ưng ý, bạn hãy giữ nguyên trong màng bọc thực phẩm để cơm không bị khô. Sau khi chuẩn bị xong các chi tiết (tay, chân, mắt, miệng...) cho nhân vật Bento, bạn mới lấy cơm ra và gắn các bộ phận lên nắm cơm để tạo hình.

- Hãy dùng sợi mì Ý sống để cố định các bộ phận vào nắm cơm. Tuyệt đối không sử dụng tăm thay cho mì Ý để tránh cho người ăn bị hóc khi nuốt phải, rất nguy hiểm.

- Bento có thể bảo quản ở nhiệt độ phòng được khoảng 4 tiếng đồng hồ nên bạn có thể đem đi làm, đi học hoặc dã ngoại.

- Không nên dùng lò vi sóng để hâm nóng hộp cơm Bento vì làm thế phô mai sẽ bị chảy, rong biển sẽ bị biến dạng không còn đẹp mắt nữa.

Phần hai

Cả nhà cùng Bento

Khởi động Bento
với cơm và xôi

Chúng ta cùng khởi động với những mẫu Bento từ cơm và xôi nhé, các mẫu này phù hợp với cả thiếu nhi và người lớn, đơn giản mà dễ thương. Nếu được cùng mẹ thực hiện, con bạn sẽ rất hào hứng với bữa ăn và sẽ dùng rau củ một cách ngon lành đấy!

Bento Baymax

 Thời lượng: 10 phút

Độ khó: ★

Bé có thể giúp mẹ: cắt rong biển dán vào nắm cơm.

 Nguyên liệu:

- Một nắm cơm hình tròn có nhân chà bông (hoặc nhân khác, tùy thích), đường kính 7cm.
- Rong biển
- Món ăn kèm

Thực hiện:

- Cắt rong biển thành 2 hình tròn nhỏ và 1 sợi dài mảnh để làm mắt cho Baymax.
- Dán mắt vào nắm cơm tròn, sau đó trang trí thêm thức ăn và rau củ nhiều màu sắc để hộp cơm thật sinh động.

Hai chàng Sumo vui nhộn

⏱ **Thời lượng:** 10 phút

Độ khó: ★

Bé có thể giúp mẹ: cắt rong biển dán vào nắm cơm.

 **Nguyên liệu:**

- 2 nắm cơm hình tam giác
  (mỗi cạnh dài 7cm) có nhân cơm tùy ý.
- Rong biển
- Món ăn kèm

Thực hiện:

- Mỗi chàng Sumo sẽ được dán 1 lá rong biển
  nhỏ làm áo.
- Dùng máy cắt rong biển để tạo mắt mũi cho Sumo.
  Dùng nhíp gắp các chi tiết xếp lên nắm cơm.

Xong rồi, cùng thêm thức ăn vào và thưởng thức nhé!

Sushi Ong

⏱ **Thời lượng:** 20 phút

Độ khó: ★★

 Nguyên liệu:

- Giấm sushi: 4 muỗng canh
- Đường: 2 muỗng canh
- Dầu ăn: 1 muỗng canh
- Mirin (một loại rượu ngọt của Nhật): 1 muỗng canh
- Muối: 1 muỗng cà phê
- 1 chén cơm dẻo
- Cuộn trứng
- Món ăn kèm và rau quả tùy thích.

Thực hiện:

- **Bước 1: Làm cơm sushi**

  Trộn đều giấm sushi, dầu ăn, đường và muối trong 1 nồi nhỏ. Đun lửa vừa cho đường tan hết, để nguội. Vừa trộn đều cơm vừa rưới hỗn hợp trên vào cơm, trộn đều đến khi bạn thấy hạt cơm bóng, tiếp tục trộn đến khi hỗn hợp nguội bớt và hạt cơm không còn quá ướt.

- **Bước 2: Cuộn cơm sushi**

  Trải cơm sushi lên lá rong biển, đặt cuộn trứng ở giữa, cuộn đều và chặt tay. Dùng dao thật bén, cắt sushi thành từng khoang dày 1cm.

- **Bước 3: Tạo hình ong**

  Cắt rong biển thành mắt, mũi và thân ong. Dùng nhíp xếp các chi tiết lên cuộn trứng.

Dùng khuôn trái tim cắt xúc xích để làm đôi cánh cho ong. Xếp thức ăn và sushi vào hộp và trình bày thật đẹp mắt với món ăn kèm.

Cùng bé làm Bento Minions

 Thời lượng: 10 phút

Độ khó: ★★

Bé có thể giúp mẹ: xúc cơm ra hộp, cắt các chi tiết bằng máy và dán lên mặt hộp cơm.

Bé rất thích Minions, mẹ mua cho bé quần áo, cặp và đồng hồ Minions để đi học mẫu giáo. Trông bé cứ như Minions vàng choé! Mẹ còn dành cho bé một món quà bất ngờ nữa trong căn bếp gia đình. Wow! Bé sẽ rất hớn hở và thích thú nếu được tự tay làm một hộp Bento Minions!

 Nguyên liệu:

- Cơm trắng
- Trứng chiên mỏng
- Phô mai lát
- Rong biển
- Thức ăn kèm

Thực hiện:

- Úp ngược chiếc hộp vào lát trứng chiên để cắt ra được lát trứng vừa khít với mặt hộp cơm.
- Mẹ cùng bé xúc đầy cơm vào hộp và dùng đáy muỗng nén cho mặt cơm phẳng.

- Phủ trứng lên mặt cơm.
- Cắt rong biển làm áo cho Minions như trong hình.
- Mẹ hướng dẫn bé dùng khuôn tròn cắt mắt cho Minions.
- Mẹ cắt rong biển thành áo và tóc cho Minions để bé dán vào hộp cơm nhé.

Xong rồi! Nhìn bé hớn hở chưa này

Chiếc máy ảnh xinh xắn (xôi trái cây)

 Thời lượng: 10 phút

Độ khó: ★ ★

Bé có thể giúp mẹ: nghiền thanh long lấy nước cốt màu hồng.

 Nguyên liệu:

- Một nắm xôi hình vuông màu hồng (mỗi cạnh dài 6cm, màu hồng của xôi được làm từ nước ép thanh long ruột đỏ)
- Rong biển
- Phô mai
- Cà rốt, dưa leo, kiwi vàng
- Phô mai lát màu trắng
- Trái cây tuỳ thích

Thực hiện:

- Cắt 1 dải phô mai dài dán lên 1/3 nắm xôi.
- Cắt 1 khoanh tròn phô mai và 1 khoanh tròn từ rong biển để làm ống kính.
- Cắt 3 que trái cây nhỏ từ dưa leo, cà rốt, kiwi để làm đèn flash.

- Cắt 1 hình trái tim nhỏ từ cà rốt để làm nút chụp.
- Dùng tăm nhọn vẽ 1 dấu chấm than lên lát phô mai, sau đó nhẹ nhàng tách ra và đặt lên ống kính cho sinh động.

Buổi sáng nhanh gọn với trứng và bánh mì

Trứng và bánh mì đều là những món dễ bảo quản, dễ chế biến và hương vị thơm ngon, giàu dinh dưỡng. 1 cái trứng ốp la cho bữa sáng của bé đủ năng lượng. Chỉ cần thêm 2 phút tạo hình gấu, mèo Kitty, heo con..., mẹ sẽ biến món ăn quen thuộc này trở nên mới mẻ trong mắt bé. Một ngày mới thật vui tươi và đầy hứng khởi!

Heo mẹ và hai chú heo con

⏱ **Thời lượng:** 10 phút

Độ khó: ★★

Bé có thể giúp mẹ: sắp xếp tai và mũi heo lên bánh mì sau khi mẹ đã tạo hình xong.

🍲 **Nguyên liệu:**

- 1 quả trứng ốp la (dùng loại chảo tròn nhỏ để làm được trứng ốp la tròn đều)
- 2 khoanh bánh mì
- Rong biển
- Xúc xích
- Sốt mayonnaise
- Rau quả tùy thích

🍳 **Thực hiện:**

- Cắt 2 khoanh xúc xích, khoanh đầu cắt đôi làm tai cho heo mẹ (trứng ốp la). Khoanh sau cắt làm 4 để làm tai cho 2 chú heo con (bánh mì).
- Cắt 2 khoanh tròn nhỏ từ xúc xích, mỗi khoanh dùng khuôn ấn ra 2 lỗ nhỏ để làm mũi heo con.
- Cắt rong biển để làm mắt mũi rồi chấm 1 ít sốt mayonnaise dán lên trứng và bánh mì cho mẹ con nhà heo nhé!

Kem ốc quế

 Thời lượng: 10 phút

Độ khó: ★

Bé có thể giúp mẹ: cắt bánh mì thành 2 hình tam giác nhọn, rải kẹo để trang trí que kem.

 Nguyên liệu:

- 1 lát bánh mì sandwich (Bạn chọn bánh có xoáy tròn hai màu để que kem trông sinh động hơn. Tìm mua tại quầy bánh mì ở các siêu thị nhé!)
- 2 quả trứng tách riêng lòng đỏ và lòng trắng.
- Một ít kẹo và trái cây để trang trí.

Thực hiện:

- **Bước 1:** Làm trứng bác
  Đánh trứng và nêm nếm hợp với khẩu vị gia đình bạn.
  Làm nóng chảo với một ít dầu ăn, đổ trứng vào, khuấy trứng liên tục để trứng tơi ra (tách riêng phần lòng trắng và lòng đỏ).
- **Bước 2:** Trang trí thành hình que kem.
  Cắt bánh mì thành 2 hình tam giác nhọn như que kem ốc quế, đặt lên dĩa.

Xúc trứng màu vàng vào 1 bên, màu trắng 1 bên.
Dùng muỗng tém đều trứng cho tròn trịa như
viên kem.

Thêm kẹo và trái cây để trang trí.

Khinh khí cầu

Thời lượng: 10 phút

Độ khó: ★ ★

Bé có thể giúp mẹ: cắt bánh mì thành hình khinh khí cầu, xếp kẹo để trang trí.

Nguyên liệu:

- Một lát bánh mì sandwich
- Trứng cuộn
- Tương cà
- Phô mai, rong biển
- Một ít kẹo và trái cây để trang trí.

Thực hiện:

- Cắt bánh mì thành hình khinh khí cầu, cắt viền bánh mì thành 2 sợi mảnh để làm dây nối giữa bóng và giỏ.
- Cắt trứng cuộn thành hình thang để làm giỏ chở người hay chở hàng.
- Cắt mỗi trái cà chua bi (hoặc dâu tây) làm tư, đặt viền quanh chiếc giỏ)
- Vẽ những đường ngang dọc lên chiếc giỏ bằng tương cà.

- Dùng tăm vẽ những đám mây xinh đẹp lên lát phô mai rồi nhẹ nhàng tách ra đặt lên dĩa.
- Cắt rong biển để làm mắt mũi cho mây.
- Xong rồi! Giờ thì mẹ hãy cho bé rải kẹo lên những phần còn trống trên dĩa cho thật đẹp nhé!

Gia đình Rilakkuma (1)

 **Thời lượng:** 15 phút

Độ khó: ★ ★ ★

Bé có thể giúp mẹ: trộn salad và sắp xếp gia đình gấu vào chén salad.

Nguyên liệu:

- 3 quả trứng luộc, 1 quả ngâm vào nước tương bỏ lò vi sóng qua 30 giây, giữ nguyên trứng trong nước tương cho đến khi nào có được màu nâu như ý nhé!
- Phô mai 2 màu
- Rong biển
- Xúc xích
- Sốt mayonnaise
- Rau trái tùy thích

Thực hiện:

- Cắt 2 khoanh xúc xích, 2 khoanh tròn phô mai nhỏ hơn khoanh xúc xích, sau đó cắt bỏ ¼ mỗi khoanh để làm tai gấu.
- Cắt 1 khoanh phô mai hình bầu dục để làm mũi gấu.
- Cắt mắt mũi cho gấu bằng rong biển rồi dùng sốt mayonnaise dán vào quả trứng.

- Làm tương tự với bạn gấu nâu nhé!
- Cắt 1 khoanh trứng luộc, trang trí thêm mắt mũi để làm chú vịt.
- Xếp trứng vào hộp cùng xà lách, rau mầm, cà chua bi (hay rau trái tùy thích).

Gia đình Rilakkuma (2)

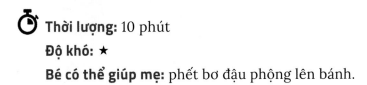 **Thời lượng:** 10 phút

Độ khó: ★

Bé có thể giúp mẹ: phết bơ đậu phộng lên bánh.

Nguyên liệu:

- 2 lát sandwich
- 1 quả trứng ốp la
- Phô mai lát màu trắng và vàng.
- Rong biển
- Sốt mayonnaise
- Bơ đậu phộng

Thực hiện:

- Cắt đôi lát sandwich và xếp chồng lên nhau (có thể thêm nhân tùy thích)
- 1 phần bánh phết bơ đậu phộng làm gấu nâu.
- 1 phần bánh không phết để trang trí làm gấu trắng.
- Dùng khuôn tròn cắt phô mai, sau đó cắt bỏ ¼ hình tròn để làm tai gấu.
- Dùng khuôn bầu dục cắt phô mai làm mũi gấu.
- Cắt rong biển để làm mắt mũi, chân cho gia đình gấu và bé vịt.

- Xếp các chi tiết lên bánh sandwich tạo hình mặt gấu Rilakkuma, tạo hình vịt con trên mặt trứng.

Kitty Piano

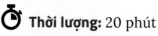

Thời lượng: 20 phút

Độ khó: ★ ★ ★

Bé có thể giúp mẹ: cắt rong biển thành phím đàn.

Nguyên liệu:

- Bánh mì sandwich
- Thanh cua
- Phô mai lát màu trắng
- Rong biển

Thực hiện:

- Cắt 3 lát bánh mì sandwich như hình minh họa.
- Cắt rìa bánh thành 4 khối vuông nhỏ để làm chân đàn.
- Phím đàn:

  Đặt phô mai lên lát bánh số 1.

  Cắt rong biển thành những sợi mỏng dài, dán đều nhau lên lát phô mai.

  Cắt rong biển thành những sợi dày và ngắn hơn để làm nốt thăng.

- Mặt đàn hình Kitty:

  Dùng khuôn cắt phô mai ra 1 khoanh hình bầu dục, dán vào giữa lát bánh số 3 làm mũi Kitty.

  Cắt rong biển thành mắt, râu Kitty.

Cắt nơ bằng cà rốt.

Chấm sốt mayonnaise để dán tất cả các bộ phận lên mặt đàn.

- Xếp các lát bánh mì chồng lên nhau theo thứ tự 1 2 3, rồi đặt lên 4 chân đàn bằng rìa bánh mì.

Mẹ và bé cùng Bento với Hamburger

Hamburger kẹp nhân là bữa điểm tâm yêu thích của các trẻ nhỏ, cũng là món ăn mà nhiều người lớn chọn lựa cho bữa sáng nhanh gọn. Ngoài ra, hamburger có dạng tròn nên dễ dàng để mẹ và bé "hóa trang" cho bánh thành những hình thú vui nhộn, nhất là dịp sinh nhật bé hay những ngày cuối tuần đông đủ cả nhà.

Bạn Cọp con

⏱ **Thời lượng:** 10 phút

Độ khó: ★★

Bé có thể giúp mẹ: cắt phô mai để làm mắt mũi cho bạn Cọp.

🍲 **Nguyên liệu:**

- 1 cái bánh hamburger đã có sẵn nhân yêu thích
- Phô mai lát
- Rong biển
- Xúc xích
- Sốt mayonnaise, sợi mì Ý sống.

🍲 **Thực hiện:**

- Cắt xúc xích thành hình tam giác để làm tai cọp, đính tai vào bánh bằng sợi mì Ý.
- Cắt phô mai thành 3 khoanh tròn và cắt rong biển thành 3 hình tròn nhỏ hơn để làm mắt và mũi cho cọp con.
- Cắt rong biển thành những sợi dài, dùng sốt mayonnaise dán vào bánh để làm những đường vằn cho bé cọp.

Chú heo con

 Thời lượng: 15 phút

Độ khó: ★ ★

Bé có thể giúp mẹ: cắt xúc xích thành mũi heo và gắn lên bánh.

Nguyên liệu:

- Bánh hamburger đã có sẵn nhân yêu thích
- Rong biển
- Xúc xích
- Sốt mayonnaise

 Thực hiện:

- Mẹ cắt 2 khoanh xúc xích: 1 khoanh cắt đôi để làm tai heo. Với khoanh còn lại, mẹ hướng dẫn bé dùng khuôn bầu dục ấn 2 lỗ trên xúc xích để làm mũi heo.
- Bé dùng mì Ý cố định tai và mũi heo vào bánh.
- Mẹ cắt rong biển thành mắt cho heo và để bé dán vào bánh nhé!

Chó và Mèo là đôi bạn thân

 Thời lượng: 15 phút

Độ khó: ★ ★

Bé có thể giúp mẹ: cắt phô mai để làm mắt mũi cho chó và mèo.

 Nguyên liệu:

- 2 cái bánh hamburger đã có sẵn nhân yêu thích
- Phô mai lát
- Rong biển
- Xúc xích
- Rau củ tùy thích
- Sốt mayonnaise, sợi mì Ý sống

🍲 **Thực hiện:**

- **Tạo hình hamburger chó:**

Cắt xéo 2 đầu xúc xích để làm tai, đính tai vào bánh bằng sợi mì Ý (sống).

Dùng khuôn cắt phô mai thành 3 khoanh tròn và cắt rong biển thành 3 hình tròn nhỏ hơn để làm mắt và mũi.

- Tạo hình hamburger mèo:

Cắt xúc xích thành hình tam giác để làm tai mèo, ghim tai vào bánh bằng sợi mì Ý.

Cắt phô mai thành 2 khoanh tròn và cắt rong biển thành hình 2 chiếc lá để làm mắt.

Cắt phô mai và rong biển thành hình bán nguyệt để làm mũi.

Xếp ra dĩa với rau xà lách và các món ăn kèm.

Sáng tạo Bento từ phở và mì

Phở, bún, mì, hủ tíu… là những món ăn phổ biến của Việt Nam mà bất cứ gia đình người Việt nào cũng biết cách chế biến. Chỉ cần một chút sáng tạo với nghệ thuật Bento, bạn sẽ biến điều quen thuộc trở nên mới mẻ và đem đến bất ngờ cho cả nhà.

Mì Ý Pikachu

 Thời lượng: 20 phút

Độ khó: ★ ★ ★

Bé có thể giúp mẹ: cắt rong biển làm mắt mũi cho Pikachu.

 Nguyên liệu:

- Mì Ý: 100g
- Thịt bò: 200g
- Cà chua: 2 trái
- Hành tây : 1/2 củ
- Lá nguyệt quế: 1 lá
- Lá origano: 1 muỗng cà phê
- Dầu ăn
- Muối
- Đường.
- Sốt cà chua thịt bằm

Thực hiện:

- **Bước 1: Luộc mì**

Bắc nồi nước lên bếp, cho vào chút muối và 1 muỗng canh dầu ăn, đun sôi nước, thả mì vào luộc lửa vừa trong khoảng 12 phút. Vớt 1 sợi ra ăn thử, được độ mềm như ý thì mới đổ mì ra rổ, rửa lại bằng nước chín đã nguội cho sợi mì không bị dính vào nhau, để ráo nước.

- **Bước 2: Làm sốt cà chua**

  Cà chua rửa sạch, trần qua nước sôi, bóc bỏ vỏ, bỏ hạt, thái miếng vừa cho vào cối xay sinh tố xay nhuyễn.

  Hành tây bóc bỏ vỏ, băm nhỏ.

  Thịt bò mua về rửa sạch, băm nhỏ, rồi ướp với chút hạt nêm.

  Làm nóng chảo với 1 chút dầu ăn, phi thơm hành tây rồi cho vào 1 lá nguyệt quế, tiếp đó đổ cà chua xay vào đun nhỏ lửa cho cà chua cạn bớt nước và sánh lại, thêm 1/2 muỗng cà phê muối, 1 muỗng cà phê đường, nêm nếm vừa miệng rồi cho thịt bò vào đảo đều, đun khoảng 2-3 phút cho thịt bò chín. Cho vào nồi thịt bò 1/2 muỗng cà phê lá origano, đảo đều, ta được phần sốt cà chua bò băm.

- **Bước 3: Tạo hình Pikachu**

Xếp mì vào dĩa thành hình tròn.

Cắt ớt chuông vàng thành 2 hình tam giác để làm tai Pikachu, bọc rong biển một góc xéo ở đầu mỗi tai, dùng sốt mayonnaise để dán rong biển vào ớt chuông.

Cắt rong biển và phô mai thành mắt mũi cho Pikachu.

Thêm trái cà chua bi cắt đôi để làm má hồng nhé!

Xong rồi! Dọn mì Ý Pikachu cùng với sốt cà chua thịt bò và dùng bữa thôi.

Phở trộn bò xào Panda

⏱ **Thời lượng:** 20 phút

Độ khó: ★ ★ ★

Bé có thể giúp mẹ: xếp rau thơm cắt nhuyễn viền quanh gấu Panda và trang trí.

🍲 **Nguyên liệu:**

- Thịt thăn bò: 200g
- Bánh phở: 200g
- 1 muỗng cà phê hạt nêm
- ½ muỗng cà phê tiêu
- ½ muỗng cà phê đường
- 2 muỗng canh nước tương
- 1 củ hành tây cắt múi cau
- Đậu phộng rang đập dập
- Ớt xắt lát
- Rau thơm xắt nhuyễn gồm húng quế, ngò gai, húng đất
- 6 cây măng tây luộc
- 1 quả dâu tây để trang trí

🍜 **Thực hiện:**

- **Bước 1: Làm bò xào**

  Thịt bò mua về rửa sạch, lau khô, cắt miếng

mỏng vừa ăn, ướp thịt bò với nước tương, hạt nêm, tiêu, đường, tỏi băm, ướp trong 30 phút cho thịt bò thấm gia vị.

Bắc chảo lên bếp cho chút dầu ăn vào rồi cho hành tây vào xào thơm, sau đó cho thịt bò vào, đảo nhanh tay, xào cho vừa chín rồi tắt bếp.

Xúc thịt bò xào ra thố và rắc lên mặt thố đậu phộng rang đập dập, ớt xắt lát, hành lá.

- **Bước 2: Tạo hình Panda**

Trụng bánh phở qua nước sôi, để ráo nước, xếp phở thành 2 hình tròn lên dĩa, hình tròn nhỏ hơn làm đầu, hình to hơn làm thân gấu Panda.

Viền quanh bánh phở bằng rau thơm xắt nhuyễn.

Dùng khuôn cắt phô mai thành tay chân, mắt mũi của Panda. Sau đó dán những hình đó lên lá rong biển rồi dùng kéo cắt theo lát phô mai. Sắp xếp các bộ phận Panda lên dĩa bánh phở đã tạo hình sẵn.

Trang trí bằng măng tây luộc và 1 quả dâu tỉa hình trái tim nhé!

Dọn phở Panda ra bàn cùng với thịt bò xào.

Phần ba

Trao gửi
yêu
thương

Áp dụng nghệ thuật Bento thay lời yêu thương gửi trao nhau thật đẹp, ngon và ý nghĩa biết bao vào những ngày đặc biệt:

- Chúc mừng Sinh Nhật
- Ngày của Mẹ
- Ngày của Cha
- Tết đoàn viên
- Valentine ta có nhau
- Hoa hồng Ngày 8/3
- Tiếp sức cho con trong mùa thi
- Chúc mừng tốt nghiệp
- Tết thiếu nhi
- Tết trung thu
- Halloween
- Điểm 10 tặng cô Ngày 20/11
- Giáng Sinh hạnh phúc

Chúc mừng sinh nhật

 Thời lượng: 20 phút

Độ khó: ★ ★

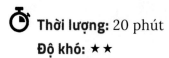 **Nguyên liệu:**

- Bánh mì sandwich sọc và trắng
- Bơ đậu phộng hoặc sốt chocolate làm nhân
- Xiên thức ăn
- Kẹo nhiều màu
- Phô mai
- Rong biển
- Xúc xích
- Xà lách
- Trứng chiên mỏng
- Cà chua

Thực hiện:

- **Bước 1: Tạo hình gia đình gấu**

Mặt gấu: Dùng bộ 3 khuôn tròn cắt 2 cặp bánh to để làm gấu ba và gấu mẹ, 1 cặp bánh vừa để làm gấu con, thêm nhân vào giữa nhé.

Dùng bộ 3 khuôn tròn cắt bánh mì sọc ra thành 3 lát bánh từ to đến nhỏ, xếp chồng vào nhau, ghim 1 xiên trang trí thức ăn vào để làm bánh kem 3 tầng.

Tai gấu: Cắt xúc xích thành 6 khoanh tròn, sau đó dùng khuôn tròn cắt bỏ ¼ khoanh xúc xích để làm tai gấu.

Nón: Trong 1 ổ bánh sandwich sẽ có 2 lát ngoài cùng có 1 mặt trắng 1 mặt vàng, ta dùng lát bánh đó cắt thành nón cho gia đình gấu.

Cắt rong biển thành mắt gấu, cắt phô mai thành mũi gấu.

- Bước 2: Bàn tiệc

Lót xà lách bên dưới, trên là trứng chiên mỏng gập đôi lại, đặt bánh 3 tầng lên lớp trứng.

Trang trí thêm cho bàn tiệc với cà chua bi cắt đôi. Trang trí dĩa bánh với phô mai và kẹo để làm dây cờ trang trí cho buổi tiệc.

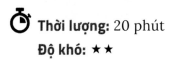

Ngày của Mẹ

⏱ **Thời lượng:** *20 phút*
Độ khó: ★ ★

🍲 **Nguyên liệu:**

- 1 nắm cơm hình tam giác màu trắng, cạnh 7cm
- 1 nắm cơm hình quả trứng màu vàng dài 4cm
- 1 thanh cua, tách lấy lớp vỏ màu cam.
- Xiên thức ăn hình trái tim cho gà mẹ, hình bông hoa cho gà con.
- Rong biển
- Cà rốt
- Thức ăn kèm

🍲 **Thực hiện:**

- **Bước 1: Tạo hình gà mẹ**
  Dùng khuôn tròn cắt thanh cua thành hình tạp dề, chấm sốt mayonnaise dán vào nắm cơm hình tam giác.
  Cắt rong biển thành mắt gà, cắt cà rốt thành mỏ gà.
  Làm mào gà bằng 1 cây xiên hình trái tim màu đỏ.

- **Bước 2: Tạo hình gà con**
  Cắt rong biển thành mắt gà con, cắt cà rốt thành mỏ gà con.

Làm mào gà bằng 1 cây xiên hình bông hoa màu đỏ.

Dùng tương cà làm má hồng cho gà mẹ và gà con thật xinh.

Xếp 2 nắm cơm mẹ con nhà gà vào hộp cơm và trang trí thật đẹp mắt nhé!

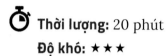

Ngày của Cha

⏱ **Thời lượng:** 20 phút

Độ khó: ★ ★ ★

 Nguyên liệu:

- 1 nắm cơm màu nâu hình quả trứng dài 7cm
- 1 nắm cơm màu nâu hình quả trứng dài 4cm
- Rong biển
- Phô mai
- Xúc xích

Thực hiện:

- Áo cho gấu: Bọc ½ nắm cơm bằng lá rong biển.
- Tai gấu: Cắt xúc xích thành 4 khoanh tròn, sau đó cắt bỏ ¼ khoanh xúc xích và đính vào nắm cơm bằng sợi mì Ý.
- Phụ kiện: Cắt phô mai thành mắt kính, túi áo, nút áo, cà vạt cho cha con nhà gấu.
- Cắt rong biển để làm mắt mũi, dùng nhíp xếp các chi tiết lên nắm cơm.
- Xếp 2 nắm cơm cha con nhà gấu vào hộp cơm và trang trí thật đẹp mắt nhé.

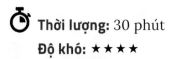

Tết đoàn viên

🕐 **Thời lượng:** 30 phút

Độ khó: ★ ★ ★ ★

🍲 **Nguyên liệu:**

- 1 củ khoai tây gọt vỏ, hấp chín, nghiền nhuyễn qua rây, chia khoai thành nhiều phần nhỏ pha màu vào để nặn hình.
- 1 quả trứng
- 4 nắm cơm tròn nhỏ như quả chanh.
- Xiên nhựa hình xương gà (nếu có)
- Rong biển
- Phô mai
- Màu thực phẩm hoặc màu lấy từ nước cốt rau trái tự nhiên: nâu, xanh lá, đỏ.

🍲 **Thực hiện:**

- **Bước 1: Tạo hình bàn tiệc ngày Tết**

  Bàn tiệc: Chiên trứng mỏng, gập đôi lại để làm bàn tiệc.

  Đùi gà: Nặn khối bột tròn màu nâu quanh xiên nhựa hình xương gà, se cho khối bột tròn ở phần đầu và nhỏ dần về sau.

  Bánh chưng: nặn khối vuông màu xanh lá, sau đó dùng tăm để kẻ những đường ngang dọc như dây bánh.

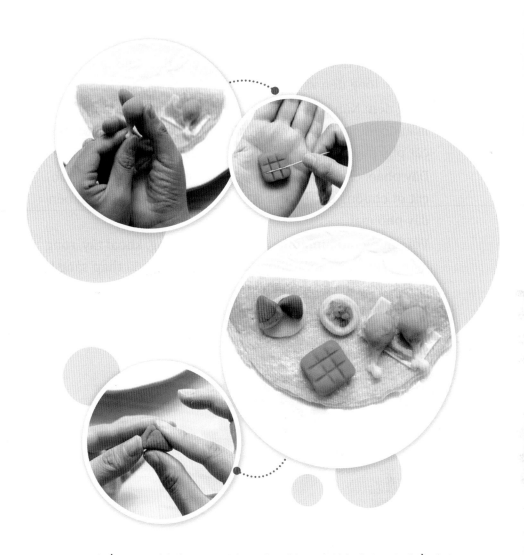

Dưa hấu: Nặn hình tam giác màu đỏ, sau đó thêm 1 phần bột xanh lá để làm vỏ, thêm vài hạt mè đen để làm hạt dưa.

- **Bước 2: Tạo hình các thành viên trong gia đình**

  Dùng kéo cắt rong biển thành các mẫu tóc như trong hình, dán lên các nắm cơm. Thêm 1 búi tóc nhỏ cho mẹ và một bông hoa cài tóc xinh xắn cho em gái.

  Dùng máy cắt rong biển tạo hình mắt, mũi.

  Thêm 2 chấm tương cà để làm má hồng cho mỗi thành viên nhé.

- **Bước 3: Thành phẩm**

Thêm 2 chi tiết trang trí be bé nữa cho đậm không khí Tết cổ truyền: lồng đèn và dây pháo.

Lồng đèn: Nặn khối tròn bằng khoai tây nghiền đã nhuộm màu đỏ, dùng tăm vẽ những đường dọc để làm gân lồng đèn, cắt phô mai vàng thành những sợi nhỏ để làm dây và tua rua.

Dây pháo: cắt phô mai vàng thành sợi dài để làm dây pháo, cắt ớt chuông đỏ thành hạt nhỏ làm viên pháo xếp hai bên dây phô mai.

Với những tạo hình nhỏ xinh từ cơm, trứng, khoai tây, rong biển, phô mai..., một không khí Tết sum vầy đã thắp sáng bàn ăn. Dọn thêm các món khác và cả nhà cùng ngồi quây quần bên nhau trong bữa cơm đầu năm mới. Thật ấm áp biết bao!

Valentine ta có nhau

 Thời lượng: 15 phút

Độ khó: ★ ★

 Nguyên liệu:

- 2 nắm cơm hình tam giác (mỗi cạnh dài 7cm)
- Rong biển
- Chà bông
- Xúc xích, cà rốt tia hoa để trang trí.
- Món ăn kèm

Thực hiện:

- **Bước 1: Tạo hình bạn trai**

  Cắt rong biển thành hình chữ V rồi dán vào nắm cơm để làm áo.

  Đính 1 ít chà bông lên đỉnh nắm cơm để làm tóc.

  Cắt rong biển làm mắt mũi.

  Cắt phô mai thành hình cái nơ để làm cổ áo.

- **Bước 2: Tạo hình bạn gái**

  Tương tự như trên nhưng cổ áo thì hình trái tim và thêm chà bông để làm nhiều tóc hơn.

  Xếp 2 nắm cơm vào hộp, trang trí thêm với bông cải luộc, cà rốt tia hình trái tim, xúc xích tia hình ngôi sao.

  Thế là bạn có quà tặng gửi cho ba mẹ, anh chị hay "ai kia" rồi đó!

Có những yêu thương không thể nói thành lời, hãy nhờ hộp Bento nói hộ nhé!

Hoa hồng ngày 8/3

 Thời lượng: 15 phút

Độ khó: ★ ★ ★

 Nguyên liệu:

- 1 lát bánh sandwich, cắt bỏ viền.
- 1 lá xà lách
- 1 quả trứng
- Sốt mayonnaise, muối, tiêu
- Thịt xông khói hoặc jambon.

Thực hiện:

- **Bước 1: Làm bó hoa**

  Sốt trứng: Trứng chiên kiểu trứng bác, thêm 1 muỗng canh sốt mayonnaise, nêm nếm 1 chút muối, tiêu cho vừa ăn. Trộn đều hỗn hợp, đừng để hỗn hợp quá nhão, sốt sẽ bị chảy ra khỏi bánh.

  Xếp lá xà lách lên lát sandwich, thêm sốt vào giữa và gấp 2 mép bánh lại.

  Dùng giấy lót thức ăn gói bên ngoài, thêm một dây nơ xinh xắn để thắt chặt bó hoa lại nhé.

- **Bước 2: Làm hoa hồng**

  Thịt xông khói cắt thành những dải tam giác dài. Cuộn thịt từ phần đầu to đến đầu nhọn để làm hoa hồng.

Mỗi bông hoa cuộn xong ta nhấn vào phần sốt trứng để giữ hoa không bị bung.

Món này có thể ăn lạnh nhé, nhưng rất khó để đem đi xa, nên các bạn teen có thể dậy sớm một chút để tạo bất ngờ cho mẹ mình vào ngày 8/3 nha!

"Bùa may mắn" từ trứng cuộn

Cùng con đến trường, tiếp sức, ủng hộ tinh thần con mỗi khi kì thi đến, sung sướng vui mừng khi con đạt kết quả tốt... Đó là những kỉ niệm ngọt ngào của mẹ và con. Và mẹ học cách chế biến những món lạ miệng vui mắt và đủ dưỡng chất cho con thích ăn, có sức mà học. Mẹ giấu "bùa may mắn" trong mỗi món ăn, con có biết?

Cuộn giấy học giỏi

Món trứng cuộn, là món ăn điển hình của ngày Tết ở Nhật Bản. Món trứng cuộn giống với cuộn giấy mà người xưa thường dùng viết chữ. Vì vậy, ăn món này ngày Tết là thể hiện mong muốn được học giỏi. Thay vì chiên trứng như mọi ngày, hôm nay mẹ sẽ nêm gia vị Nhật Bản và cuộn lại như những cuộn giấy để chúc con học thật giỏi nhé!

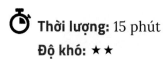 **Thời lượng:** 15 phút

Độ khó: ★ ★

 Nguyên liệu:

- 2 quả trứng
- 20ml Mirin -rượu ngọt của Nhật
  (có thể thay bằng 1 muỗng cà phê đường).
- 20ml nước dùng Dashi.
- Dầu ăn

🍲 Thực hiện:

- Trứng cuộn sẽ đẹp nhất khi bạn dùng chảo hình chữ nhật.

- Để làm món trứng chiên thành công thì điều quan trọng là chảo phải nóng đúng nhiệt độ. Cách thử đơn giản là đổ một tí hỗn hợp trứng vào chảo, nếu nó phát ra tiếng xèo xèo và trứng nhanh chóng chín thì chảo đã đủ nóng. Nếu không có tiếng gì thì tức là chảo chưa nóng và trứng sẽ vẫn dính lấy chảo, không cuộn lại được.

  1. Đánh tan trứng, nêm nếm vừa ăn. Dùng bông gòn thoa một lớp dầu mỏng lên chảo.

  2. Đổ 1 lớp trứng mỏng, nhanh tay gấp trứng lại thành nhiều lớp, kéo cuộn trứng về cuối chảo, rồi tiếp tục đổ thêm 1 lớp trứng khác và tiếp tục đến khi được cuộn trứng to như ý.

- Món này hơi ngọt, không có vị mặn như trứng chiên thông thường, không cần ăn kèm với cơm. Có thể để lạnh và dùng như món ngọt, mềm và mát.

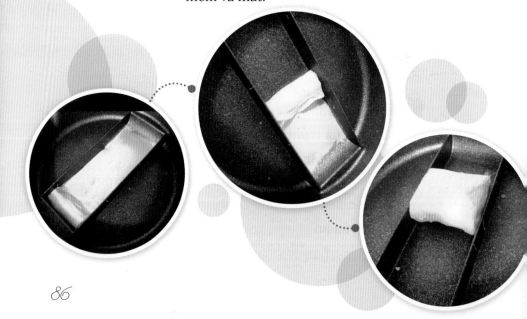

Cỏ 4 lá chúc thi tốt

Với cuộn trứng làm theo cách trên, chỉ cần sáng tạo một chút bạn sẽ có món quà động viên con trong mùa thi.

1. Cắt trứng cuộn thành từng lát dày khoảng 1 cm, rồi cắt 1 góc xéo 45 độ ở giữa lát trứng.
2. Ghép 2 nửa lát trứng thành hình trái tim.
3. Thêm cà rốt tỉa hình ngôi sao may mắn và xếp các trái tim thành hình cỏ 4 lá, vẽ lời chúc bằng tương cà: "Thi tốt nhé!"

Cá chép vượt vũ môn

Hình ảnh cá chép vượt vũ môn hóa rồng từ lâu đã trở thành biểu tượng cho sức mạnh, ý chí vượt qua khó khăn để đạt được thành công trong những cuộc thi đầy cam go. Bạn có thể tạo hình cá chép từ trứng cuộn để động viên con trong mùa thi.

1. Cách tráng trứng và cuộn trứng như đã nêu trong bài trước. Nếu muốn, bạn có thể đổi gia vị ngọt thành mặn theo khẩu vị thông thường của người Việt để ăn kèm với cơm.

2. Cắt trứng cuộn thành từng lát dày khoảng 1 cm, sau đó cắt 1 góc chữ V để tạo hình đuôi cá. Thêm mắt cá từ phô mai và rong biển. Dùng tương ớt để vẽ lên hình vảy cá.

3. Trang trí giống như hình mẫu để có một món quà ý nghĩa tiếp sức mùa thi nhé!

Tonkatsu

Trong tiếng Nhật, từ "katsu" có nghĩa là chiến thắng, vì vậy trong các kỳ thi trọng đại, món Cốt lết chiên xù Tonkatsu thường được các bà mẹ Nhật Bản làm cho con với lời chúc thành công. Món này cũng gần với khẩu vị Việt Nam, các mẹ Việt thử làm cho "cục cưng" nếm thử nhé!

Thời lượng: 30 phút

Độ khó: ★ ★ ★

Nguyên liệu:

- 1 miếng sườn cốt lết
- 1 quả trứng
- 3 muỗng canh bột mì
- 3 muỗng canh bột chiên xù
- Dầu ăn
- Muối, tiêu

Thực hiện:

1. Xịt một chút nước vào bột chiên xù, để nguyên khoảng 5 phút.

2. Cắt bỏ phần mỡ thừa và khía vài đường chỗ gân viền thịt để tránh việc miếng thịt bị cong lại khi chiên. Dùng búa dần thịt để dần cho miếng thịt mềm và có độ dày đồng đều. Nếu không có búa dần thịt, bạn dùng sống dao để dần theo các

89

đường chéo cũng được. Khum tay quanh miếng thịt để dồn nó lại về hình dạng ban đầu. Rắc muối tiêu đều lên 2 mặt thịt, ướp 30 -60 phút.

3. Đánh tan trứng với 1/2 thìa dầu ăn. (Với việc thêm dầu ăn vào trứng, ở bước sau bạn sẽ thấy bột chiên xù bám vào miếng thịt mà không bị rơi ra khi chiên).

4. Nhúng miếng thịt qua đĩa bột mì rồi nhấc lên, đập đập để bột thừa rơi ra hết. Tiếp tục nhúng thịt vào đĩa trứng. Và cuối cùng là tới đĩa bột chiên xù. Sau khi rũ bỏ hết bột chiên xù còn bám trên miếng thịt, bạn dùng 2 tay ấn nhẹ 2 mặt thịt, giúp chỗ bột còn lại bám chắc hơn vào thịt, chúng sẽ không bị rơi ra khi chiên.

5. Bắc chảo lên bếp (chảo sâu lòng), chảo nóng thì đổ vào nhiều dầu, khi dầu nóng già thì thả thịt vào chiên. Chiên ngập dầu cho tới khi lớp bột chiên xù bên ngoài có màu vàng nâu thì bạn vớt ra, để ráo dầu hoặc cho ra dĩa đã lót sẵn giấy thấm dầu.

6. Rưới sốt mayonnaise, tương cà, tương ớt lên dùng kèm với rau sống.

Chúc mừng tốt nghiệp

⏱ **Thời lượng:** 15 phút

Độ khó: ★★

 Nguyên liệu:

- 2 trứng gà
- Rong biển
- Phô mai
- Cà rốt tỉa hình nơ
- Mì Ý
- Rau quả tùy thích

🍲 **Thực hiện:**

- **Bước 1: Tạo hình chim cánh cụt:**

  Luộc chín trứng gà, lột bỏ vỏ, cắt bỏ 1 phần nhỏ ngay chân trứng để trứng đứng vững sau khi hoàn tất.

  Cắt 1 lá rong biển 10x12cm, sau đó cắt 1 hình trái tim ngay giữa lá rong biển.

  Bọc rong biển quanh quả trứng như hình mẫu. Lúc đầu rong biển còn khô sẽ hơi khó bọc, nhưng bạn cứ để yên khoảng 3 phút sau, lá rong biển sẽ mềm ra và tự bám vào quả trứng.

  Cắt phô mai thành hình bầu dục để làm mũi.

  Cắt 2 hình tròn nhỏ từ rong biển để làm mắt và trang trí thêm một cái nơ xinh xắn bằng cà rốt cho chim cánh cụt nhé!

- **Bước 2: Làm mũ tốt nghiệp:**

    Cắt 2 lát phô mai hình vuông 2x2cm, xếp chồng lại, dùng rong biển gói phô mai lại thành 1 khối vuông.

    Cắt phô mai thành 2 khoanh tròn đường kính 1cm, xếp chồng lại, dùng rong biển bọc lại.

    Dùng mì Ý gắn khối tròn và khối vuông lại với nhau để làm thành mũ tốt nghiệp, sau đó đội mũ cho chim cánh cụt, cố định bằng sợi mì Ý.

Tết thiếu nhi

⏱ **Thời lượng:** 30 phút
Độ khó: ★ ★ ★ ★

🍲 **Nguyên liệu:**
- 1 chén cơm trắng
- ½ muỗng cà phê bột trà xanh
- 2 nắm cơm tròn nhỏ như quả chanh.
- 1 quả trứng
- Rong biển
- Phô mai
- Tương cà

🍲 **Thực hiện:**
- **Bước 1: Làm dưa hấu từ cơm**
  Trộn nửa muỗng cà phê bột trà xanh vào nửa chén cơm nóng, khi cơm đã có màu xanh đẹp mắt, ta ép vào đáy hộp như hình để làm vỏ dưa hấu.
  Ép thêm cơm trắng vào vỏ dưa hấu, dùng tay phết đều tương cà để tạo màu đỏ cho ruột dưa, nhớ chừa một phần cơm trắng để làm cùi dưa nhé!
  Cắt rong biển làm hạt dưa.

- **Bước 2: Tạo hình bé trai và bé gái**
  Dùng kéo cắt rong biển, dán lên nắm cơm để làm tóc cho em bé giống như hình.

Dùng máy cắt rong biển tạo hình mắt mũi, cắt chả để làm nơ cài tóc cho bé gái.

- **Bước 3: Trang trí**

Làm dưa hấu tí hon từ dưa leo với thanh cua, làm hoa cúc vàng từ trứng (xem lại bài hướng dẫn ở trang 28).

Xếp tất cả vào hộp, lót xà lách dưới 2 nắm cơm và điểm thêm các chi tiết trang trí.

Vậy là bạn đã hoàn thành một hộp cơm Bento xinh xắn cho con yêu trong ngày 1/6 rồi đó!

Tết Trung thu

Bento Thỏ Ngọc

⏱ **Thời lượng:** 10 phút

Độ khó: ★★

🍲 **Nguyên liệu:**

- 1 nắm cơm hình quả trứng màu hồng
- Xúc xích
- Rong biển
- Phô mai
- Thức ăn kèm
- Rau quả tùy thích

🍲 **Thực hiện:**

- Dùng khuôn cắt xúc xích thành 2 tai thỏ.
- Cắt rong biển thành mắt mũi cho thỏ.
- Dùng tăm cắt phô mai thành 2 hình bàn chân thỏ, thêm những chấm tròn to nhỏ khác nhau cắt từ rong biển để làm những ngón chân thỏ.
- Dùng nhíp gắn các bộ phận lên nắm cơm.

Bánh Trung thu dẻo

⏱ **Thời lượng:** 120 phút (không kể thời gian ủ bột bánh)

Độ khó: ★ ★ ★ ★

 Nguyên liệu:

Phần nước đường:
- 1kg đường phèn (bạn có thể thay thế bằng đường kính trắng)
- 1 lít nước
- 30ml nước cốt chanh

Phần bột bánh:
- 460g bột bánh dẻo (bột nếp rang)
- 1 lít nước đường
- 1 muỗng cà phê nước hoa bưởi
- 50ml dầu ăn (bạn chọn dầu màu nhạt thì bánh sẽ trắng đẹp hơn nhé)

Phần nhân bánh:
- 200g đậu xanh không vỏ
- 160g đường trắng
- 60g dầu dừa
- Một chút bột mì

Thực hiện:

1. Nước đường

Đun nước với đường trên lửa vừa. Khi nước đường sôi và đường đã tan hết, tiếp tục đun nước đường thêm 15 phút nữa rồi cho nước cốt chanh vào. Khi cho nước cốt chanh vào, bạn vặn lửa lớn cho nước đường sôi mạnh trong khoảng

1 phút rồi tắt bếp. Để nước đường nguội rồi mới cho vào lọ thủy tinh nhé!

2. Nhân bánh

Đậu xanh vo sạch. Đổ nước cho ngập đậu xanh rồi nấu đậu như nấu cháo, nấu đến khi đậu chín nhừ, khi đậu vẫn còn chút nước thì tắt bếp, chờ đậu nguội bớt rồi cho vào máy xay, xay nhuyễn. Đổ đậu vào chảo chống dính, cho dầu ăn và đường vào khuấy đều đến khi hòa vào đậu (dầu ăn chia làm ba phần lần lượt cho vào đậu, trong lúc đậu còn hơi loãng), liên tục đảo đậu, đến khi phần đậu dẻo mịn vo thành cục không chảy khi để xuống.

3. Bột bánh

Nước đường + dầu ăn + nước hoa bưởi cho hết vào 1 cái thố to.

Sau đó cho bột từ từ vào, dùng phới trộn đều. Cứ như thế vừa cho bột vừa trộn cho đến hết phần bột. Khi trộn xong bột bánh rất mịn.

Lấy màng bọc thực phẩm bọc bột lại để ít nhất 6 tiếng hay qua đêm cho bột nở trước khi đóng bánh.

4. Đóng bánh

Chia nhân và bột theo tỉ lệ 1:2.

Sau khi chia bột và nhân xong, bạn lăn viên bột qua bột bánh dẻo khô, phủi hết phần bột khô thừa đi rồi cán dẹt cục bột, cho nhân đậu xanh vào giữa rồi vo tròn lại.

Rắc bột khô vào khuôn rồi cho viên bột có nhân vào. Dùng lòng bàn tay ấn mạnh xung quanh. Nhớ chú ý ấn mạnh ở các phần góc khuôn. Sau đó gõ nhẹ 1 góc khuôn và nhẹ nhàng lấy bánh ra.

Thế là bạn có những chiếc bánh dẻo xinh xắn.

Bánh Trung thu nướng

 Thời lượng: 120 phút (không kể thời gian ủ bột bánh)
Độ khó: ★ ★ ★ ★

Nguyên liệu:

Nước đường làm bánh:
- 1kg đường trắng
- 600ml nước

- 1 quả chanh vắt lấy nước cốt, bỏ hạt
- 2 muỗng canh mạch nha

Vỏ bánh:
- 320g bột mì
- 200g nước đường
- 50g dầu ăn
- 1 lòng đỏ trứng gà
- 10g bơ đậu phộng
- 1 lòng đỏ trứng gà và 1 muỗng cà phê nước dùng để phết mặt bánh.

Nhân bánh:
- 200g đậu xanh
- 80g đường
- 80g dầu ăn
- 1 muỗng canh bột mì
- 1 muỗng canh bột bánh dẻo
- 1 muỗng canh mạch nha

Thực hiện:

Nấu nước đường bánh nướng:
- Cho đường và nước vào nồi, khuấy đều để đường tan trong nước, đun sôi rồi hạ lửa nhỏ xuống, đun thêm khoảng 20 phút nữa.
- Tiếp theo cho thêm mạch nha + nước cốt chanh vào cùng, đun thêm khoảng 15-20 phút, tắt bếp để nước nguội thì cho vào lọ, đậy kín nắp lại. Làm nước đường như vậy bóng, màu hổ phách, khi nướng bánh quét nước này lên bánh sẽ rất đẹp.

Nhân bánh:

- Đem ngâm đậu xanh với nước trước khi nấu ít nhất là 4 tiếng. Sau đó đổ nước cao khoảng 1 đốt ngón tay so với mặt đậu, thêm 1 xíu muối, đun cho đến khi đậu nhừ đặc quánh.
- Dùng muỗng đánh nhuyễn rồi xay mịn với đường.
- Cho một ít dầu ăn vào chảo, dầu nóng thì cho đậu đã xay nhuyễn vào, đun trên lửa nhỏ, khuấy đều cho đến khi thấy dầu và đậu xanh hòa vào với nhau thì lại cho thêm dầu vào, cứ làm từ từ cho đến khi thấy phần nhân đậu xanh không còn ngậm dầu nữa thì thôi.
- Thích ăn nhân cà phê hay trà xanh thì bạn hòa tan 4g bột trà xanh vào 20ml nước ấm (hoặc 1 gói bột cà phê hòa tan) vào đậu và sên tiếp nhé!
- Tiếp tục để trên chảo sên đều, khuấy cho đậu xanh thành một khối.
- Cho thêm mạch nha vào, cứ để trên bếp sên cho đến khi thấy phần nhân khô ráo.
- Vo viên phần nhân vừa làm thành những viên nhỏ 30g.

Vỏ bánh:

- Cho dầu ăn và nước đường vào chén, trộn đều hỗn hợp.
- Lấy một cái chén khác cho bột mì và bột trà xanh (hoặc bột cà phê hòa tan) vào rồi từ từ rưới nước đường vào cùng, trộn đều tất cả bằng phới lồng, sau đó nhào bột bằng tay cho đến khi bột dẻo, mềm mịn. Để bột nghỉ khoảng 30 phút.
- Chia vỏ bánh thành những viên nhỏ 20g.

- Cán mỏng viên bột vỏ bánh, dày khoảng 2-3mm. Đặt viên nhân vào giữa, khéo léo bọc kín lại rồi vê tròn sao cho vỏ ôm khít nhân bánh.
- Phết dầu ăn vào khuôn ép bánh, ép chặt bánh và nhẹ nhàng lấy bánh ra khỏi khuôn.

Nướng bánh:

1. Chỉnh lò nướng ở nhiệt độ 170°C, cho bánh vào nướng trong vòng 8 phút.
2. Lấy bánh ra ngoài, xịt nhẹ một ít nước lên bánh rồi chờ cho đến khi nguội bớt và bay hết hơi nước thì bạn quét một lớp mỏng trứng lên (hòa 1 muỗng nước với 1 lòng đỏ trứng gà), tiếp tục xếp bánh vào khay nướng thêm 8 phút nữa.
3. Lặp lại bước 2 thêm một lần nữa là hoàn tất.

Halloween

 Thời lượng: 20 phút

Độ khó: ★★

 Nguyên liệu:

- 2 nắm cơm: 1 màu trắng, 1 màu cam.
- Rong biển
- Phô mai
- Xúc xích
- Món ăn kèm tùy thích.

Thực hiện:

1. Tạo hình bí ngô Halloween: Nắn cơm màu cam hình tròn quanh một cọng rau muống. Ấn dẹp dẹp xíu rồi dùng muỗng tạo thành những đường cong cho trái bí ngô. Cắt rong biển thành mắt mũi cho bí ngô Halloween.

2. Tạo hình con ma: Nắn cơm trắng thành hình con ma (nắn theo hình mấy chú ma vui vẻ trong phim hoạt hình: đầu to, đuôi thuôn nhỏ, cong cong như làn khói trắng). Dùng khuôn cắt xúc xích thành 1 hình bầu dục dài dài để làm lưỡi thè ra, thêm mắt bằng rong biển.

3. Tạo hình ngôi nhà ma quái: Cắt rong biển thành những hình tam giác, hình chữ nhật, ghép lại thành những ngôi nhà, xếp lên miếng phô mai, sau

đó dùng tăm vẽ theo viền, tách ra thành hình ngôi nhà ma quái.

Xếp tất cả vào hộp cùng các món ăn kèm. Từ từ thưởng thức để có một đêm Halloween thật ấn tượng nhé!

Hoa điểm 10 tặng cô ngày 20/11

⏱ **Thời lượng:** 5 phút

Độ khó: ★

Bé có thể tự làm dưới sự hướng dẫn của mẹ

🍲 **Nguyên liệu:**

- Cơm chiên trứng hoặc xôi vò
- Kẹo chocolate
- Trái cây hoặc rau củ tùy thích

🍲 **Thực hiện:**

- Dùng khuôn ép cơm thành hình bông hoa, sau đó thêm một viên kẹo ở giữa làm nhụy hoa.
- Trang trí thêm rau củ và trái cây cho hộp cơm thêm sinh động nhé!

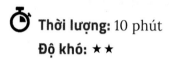

Cô giáo là cô tiên

⏱ **Thời lượng:** 10 phút

Độ khó: ★ ★

 Nguyên liệu:

- 1 nắm cơm trắng hình tam giác
- Rong biển
- Phô mai lát

🍲 **Thực hiện:**

1. Cắt rong biển thành 1 dải dài 4x10cm, cắt tròn 1 đầu (như hình minh họa). Dán miếng rong biển vào cơm.

2. Cắt phô mai thành hình tròn để tạo khuôn mặt. Cắt rong biển thành tóc mái và mắt, miệng. Dùng tăm chấm tương ớt để tạo má hồng.

3. Thêm một cái vương miệng bằng phô mai đính lên tóc.

   Tỉa hoa cà rốt, tỉa xúc xích hình trái tim để trang trí.

   Xếp tất cả vào hộp cùng các món ăn kèm.

Giáng Sinh hạnh phúc

Bạn đang chuẩn bị một bàn tiệc Giáng Sinh? Thử bắt đầu với người tuyết từ bánh sandwich nhé!

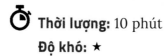 **Thời lượng:** 10 phút
Độ khó: ★

 Nguyên liệu:

- Bánh mì sandwich
- Sốt chocolate để làm nhân và vẽ mắt mũi
- Kẹo chocolate nhiều màu và trái cây nhỏ (dâu, nho, cà chua bi) để trang trí.

Thực hiện:

1. Dùng bộ 3 khuôn tròn cắt sandwich thành người tuyết
   - Người tuyết lớn: 2 khoanh bánh mì cỡ vừa làm đầu, 2 khoanh to làm bụng.
   - Người tuyết nhỏ: 2 khoanh bánh mì cỡ nhỏ làm đầu, 2 khoanh vừa làm bụng.
2. Phết sốt chocolate ở giữa làm nhân, cho một ít sốt vào bút viết sốt để vẽ mắt, mũi cho người tuyết.
3. Lát bánh mì ngoài cùng của ổ bánh sẽ có 1 mặt trắng và 1 mặt vàng sậm, ta cắt lát đó thành nón và tay cho người tuyết.

4. Thêm những viên kẹo chocolate nhiều màu sắc để làm nút áo.
5. Dùng khuôn cắt bánh thành những bông hoa tuyết đang rơi.

Trang trí dĩa bánh với trái cây nhiều màu sắc.

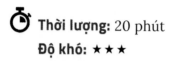

Bento Noel

⏱ **Thời lượng:** 20 phút

Độ khó: ★ ★ ★

 Nguyên liệu:

- Cơm dẻo
- Tương ớt hoặc tương cà
- Nước tương
- Rong biển
- Thanh cua
- Phô mai
- Cà rốt và rau củ tùy thích

Thực hiện:

Tạo hình ông già Noel:

- Nắn cơm thành hình có chóp nhọn.
- Tách thật nhẹ tay thanh cua ra 2 phần màu trắng và màu cam. Dùng phần vỏ màu cam của thanh cua bọc quanh phần chóp nhọn của nắm cơm để làm nón cho ông già Noel. Dùng một phần trắng của thanh cua để làm viền nón.
- Phết đều tương ớt lên nắm cơm để tạo màu da.
- Dùng máy cắt rong biển hình mặt cười để làm mắt, mũi.
- Cắt phô mai thành hình mắt kính và dán lên nắm cơm.

- Đánh tơi cơm trắng và rải một ít lên nắm cơm để làm râu trắng cho ông già Noel.

Tạo hình tuần lộc:

- Trộn cơm với một ít nước tương để cơm có màu nâu. Nắn cơm thành hình tam giác.
- Cắt 1 khoanh cà rốt, sau đó cắt đôi lần nữa, và tỉa nửa miếng cà rốt thành hình răng lược để làm sừng cho tuần lộc.
- Dùng máy cắt rong biển làm mắt cho tuần lộc.
- Cắt 1 khoanh nhỏ cà rốt làm mũi cho tuần lộc.
- Xếp ông già Noel và tuần lộc vào hộp cơm, trang trí thêm với rau củ và các món ăn kèm để hộp cơm thêm sinh động nhé!

Cây thông Noel lung linh cho bữa tiệc tối

Thoáng nhìn, các bạn có thể nhầm lẫn đây là bánh cupcake cây thông, nhưng nó không phải là món ngọt đâu. Đây là một món ăn ngon và đẹp mắt được làm từ thịt heo xay và khoai tây nghiền đấy.

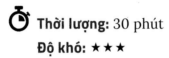 **Thời lượng:** 30 phút

Độ khó: ★ ★ ★

 Nguyên liệu:

- Thịt heo xay: 200g
- Hành, ngò: rửa sạch, thái nhỏ
- Hành khô, tỏi: bóc vỏ, băm nhỏ
- Tiêu, muối, hạt nêm, lá oregano (nếu có)
- Khoai tây: 3 củ
- Cà rốt: 1 củ, băm nhuyễn
- Phô mai vàng: cắt hình ngôi sao
- Màu thực phẩm (xanh lá) hoặc màu tự nhiên từ nước cốt lá dứa.

Thực hiện:

- **Thịt chiên:** Cho thịt heo xay vào một tô lớn, nêm thêm 1/2 muỗng cà phê muối, 1/2 muỗng cà phê hạt nêm, hành , tỏi, lá oregano vào tô thịt, trộn đều. Nắn thành những viên thịt bằm tròn. Đem chiên lửa nhỏ cho thịt chín, vàng đều 2 mặt.

- **Khoai tây nghiền:** Khoai tây gọt vỏ, rửa sạch, cắt nhỏ rồi cho vào luộc chín mềm, vớt ra để ráo nước. Sau đó nghiền qua rây cho mịn, nêm thêm chút muối, 1 muỗng sốt mayonnaise. Trộn màu vào khoai tây đến khi khoai có màu xanh lá thông.

- **Tạo hình cây thông:** Bỏ khoai tây nghiền vào túi bắt bông kem có đuôi sao, bắt những vòng xoắn ốc trên viên thịt để tạo hình cây thông, thêm một ngôi sao từ phô mai và rắc một ít cà rốt bằm lên trang trí.

Thế là bạn đã có một bàn tiệc lung linh với người tuyết làm từ bánh sandwich, ông già Noel và tuần lộc bằng cơm nắm và những cây thông xanh từ khoai tây nghiền. Một đêm Giáng Sinh ấm áp cho cả nhà!

Lời kết

Như bạn thấy, một hộp cơm Bento có đầy đủ món ăn chính và món phụ, luôn ít béo, tinh bột vừa phải, đủ đạm và khoáng chất, nhiều rau củ quả đảm bảo lượng vitamin cần thiết cho mỗi người. Đa số trẻ nhỏ thường từ chối ăn rau, Bento sẽ giúp các mẹ giải tỏa nỗi lo này. Thành phần không bao giờ thiếu trong mỗi hộp cơm Bento là rau củ quả (sống và chín), vừa thêm phần sinh động cho hộp cơm vừa khiến trẻ mới nhìn đã thích ngay và có thể ăn rau một cách ngon lành.

Bento được hướng dẫn trong tập sách này là những hộp cơm được mang theo đến trường học, công sở, đi dã ngoại... nên thường được dùng nguội, vì vậy các món hấp, món luộc được ưu tiên chọn làm Bento. Thỉnh thoảng bạn cũng có thể thay đổi khẩu vị cho gia đình bằng món chiên, món nướng nhưng chỉ nên dùng dầu thực vật, để ráo dầu trên giấy thấm trước khi làm Bento. Với món chiên giòn và nướng thì phù hợp với bữa cơm tại nhà, dọn ra thưởng thức ngay lúc nóng mới ngon, vì vậy bạn có thể áp dụng cách làm Bento để bài trí cho bữa ăn gia đình thêm hấp dẫn.

Vài món cần chuẩn bị công phu cho những dịp đặc biệt, còn lại hầu hết đều là những mẫu dễ thực hiện mà bất kỳ thành viên nào trong nhà cũng có thể tham gia, chỉ mất vài phút là có ngay một phần ăn đẹp mắt và cân bằng dinh dưỡng. Sự tinh tế và tình cảm của người làm đặt vào món ăn sẽ cho người nhận được thưởng thức thành phẩm một cách ý vị.

Chúng tôi cầu chúc cho các gia đình luôn có những buổi quây quần dùng bữa và cảm nhận được nhiều điều... Hơn cả ăn ngon!

Nhà xuất bản Trẻ

Mục lục

HƠN CẢ ĂN NGON

PHAN SẮC CẨM LY
Tổ chức nội dung: SONG KHÊ

Chịu trách nhiệm xuất bản:
Giám đốc - Tổng biên tập NGUYỄN MINH NHỰT
Chịu trách nhiệm bản thảo: VŨ THỊ THU NHI
Biên tập và sửa bản in: NGUYỄN PHẠM THU THÁI
Ảnh minh họa: MOON PHOTOGRAPHY
Thiết kế bìa: ĐINH NGỌC DUY
Trình bày: ĐỖ VẠN HẠNH

NHÀ XUẤT BẢN TRẺ
Địa chỉ: 161B Lý Chính Thắng, Phường 7,
Quận 3, Thành phố Hồ Chí Minh
Điện thoại: (08) 39316289 - 39316211 - 39317849 - 38465596
Fax: (08) 38437450
E-mail: hopthubandoc@nxbtre.com.vn
Website: www.nxbtre.com.vn

CHI NHÁNH NHÀ XUẤT BẢN TRẺ TẠI HÀ NỘI
Địa chỉ: Số 21, dãy A11, khu Đầm Trấu, Phường Bạch Đằng,
Quận Hai Bà Trưng, Thành phố Hà Nội
Điện thoại: (04) 37734544
Fax: (04) 35123395
E-mail: chinhanhhanoi@nxbtre.com.vn

Công ty TNHH Sách điện tử Trẻ (YBOOK)
161B Lý Chính Thắng, P.7, Q.3, Tp. HCM
ĐT: 08 35261001 – Fax: 08 38437450
Email: info@ybook.vn
Website: www.ybook.vn

Khổ 15,5 x 23 cm. Số: 2715-2015/CXBIPH/22-228/Tre.
Quyết định xuất bản số: 1206A/QĐ-NXBT, ngày 17 tháng 11 năm 2015.
In 2.000 cuốn, tại Công ty Cổ phần In Khuyến Học Phía Nam.
Trụ sở: 128/7/7 Trần Quốc Thảo, Phường 7, Quận 3, Tp.HCM
Xưởng In: 9-11 đường CN1 (KCN Tân Bình), P.Sơn Kỳ, Q.Tân Phú, Tp.HCM
In xong và nộp lưu chiểu Quý I năm 2016.